# பதுமை

பழந்தமிழன்

**பதுமை**

கவிதை

ஆசிரியர் : பழந்தமிழன் 2022 ©

முதல் பதிப்பு : நவம்பர் 2022

வெளியீடு : ஏலே பதிப்பகம்

5/175, பாத்திமா நகர், கூத்தென்குழி,

திருநெல்வேலி - 627104

தொடர்புக்கு : +91 9944992571


**Padhumai**

Poetry

All rights reserved

by  Palanthamilan 2022 ©

First Edition : November 2022

Pages: 40

**ISBN :  978-93-5533-627-9**

Aelay Publish

Contact :  +91 9944992571

Designed by : Aelay publish team

# ஆயுள்தண்டனை

காலை எட்டு மணி? விடாத மழை
மனதில் ஒரு மயக்கம் இன்று
விடுமுறை என்றோ? ஆனால் இல்லை!
சுட்டென்று வெயில் நினைத்து கூட
பார்க்கவில்லை விடுமுறை என்று!

தமிழ் வாத்தியார் தட்டிக் கொடுக்க!
ஆங்கில வாத்தியார் அடிகொடுக்க!
கணக்கு வாத்தியார் கண்டிக்க!
அறிவியல் வாத்தியார் அறிவுறுக்க!
சமுகறிவியல் வாத்தியார் சமாதானப்படுத்த!

உடற்பயிச்சி வாத்தியார் மைதானத்தை
சுற்றவிட?
கைதி என்று நினைத்தேன்!
வெளி வந்தவுடன்தான் ஆயுள்தண்டனை
கைதியாகிவிட்டேன்!

# நனைந்த காடு

♥

மேகத்தால் மூடிய சாலை!
பனியால் சூழ்ந்த பாதை!
மழையால் நனைந்த காடு!
பறவைகள் வாழும் உலகம்!
வானில் வரும் நிலா?
மின்னி மின்னி எரியும்?
தூரத்து நட்சத்திரம்!
ஆந்தையின் அலறல்!
இரவு, பகலின் மாற்றம்!
கயிற்றுக் கட்டிலின்
அமைதித் தூக்கம்!

# வயது

வயதுக்கு வந்ததால்?
அவனின் அவளின்!
இவனின் இவளின்!
பெற்றோர்கள்?
வயதானோர் இல்லங்களின்!

# ஒன்றி வாழ்

❤

நிலம் படைக்கிறது!
நீர் காக்கிறது!
நெருப்பு அளிக்கிறது!
காற்று மறைக்கிறது!
ஆகாயம் ஆசீர்வதிக்கிறது!

பஞ்சபூதம் சீராக இருப்பின்
உலகம் நேராக இருக்கும்
மாறாக இருந்தால்?

மனிதனும் வாழா?
தேவதையும் வாழா?

பஞ்சபூதத்தோடு
ஒன்றி வாழ்!
ஒதுங்கி வாழாதே!

இயற்கையை காப்போம்!

# விளங்கவில்லை

ஆண்மைக்கு முன்
பெண்மையா?
பெண்மைக்கு முன்
ஆண்மையா?
விளங்கவில்லை!

விழி பிதுங்குகிறது!
பள்ளிவாசலில்!
பச்சிளம் குழந்தை?
அலங்கோலமாக!

ஓடும் பேருந்தில்?
அழுகுரல் சத்தம்!
இன்னும் எத்தனை
நிருபையா?

காக்க வேண்டிய
கரங்களே?
காக்காமல்......

உன் மனவானில்!
கார்மேகத்தை ஓடவிடு!
காமத்தை ஓட விடாதே!

# தேடி!!

♥

இடம் கேட்டேன்?கொடுத்தார்கள்!
அந்த! வானில்

உயரத்தில் அமர்ந்து
உலகத்தை அளந்தேன்!

நான் நின்று பார்க்கையில்
என் நிழலை மறைத்த
அந்த நிழல்கூடத்தின் நிழலைத்தேடி!!

அடை மழையில்! நனைந்த
எனக்கும் என் நாய்குட்டிக்கும்!
அடைக்கலம் குடுத்த
அந்த மரத்தை தேடி!

நினைவுகளை நினைத்தே!
வேறு இடம் செல்கின்றேன்!
பிழைக்க!

# வலது, இடது!

ஏணியின் மேலே எட்டு பேருக்கு
இடம் இருந்தும் இடரிவிடுவோமோ?
வெற்றியின் விழும்பில்?
தோல்வியின் விலுங்கள்!

தவறு செய்யினும் ?
தப்பிப்போமா என்ற ஏக்கம்!

மழை இல்லாத விடுமுறை!
மழை இருந்தும் வகுப்பறை!

நேர்மறை? எதிர்மறை?
வாழ்க்கையின் அங்கம்!

# ஆல்கஹால்

காதல் ஒரு வகை
போதை!
ஒரு வகை
ஆல்கஹால்!
காரணம்
யானை எறும்பாகவும்!
எறும்பு யானையாகவும்!
தெரிகிறது!
அவள்,
மேல் கொண்ட
சித்தத்தினாலும்!
பித்தத்தினாலும்!

# வரும்

கேட்பதனால் இழக்கமாட்டாய்!
கேட்காததால் இழந்தவர்கள் பலர்!
இதனால்,
பல உறவுகள் முறிந்தன!
பல நினைவுகள் மறைந்தன!
காசோலையில்,
எழுத முடியாத மதிப்பை
கொண்டது மன்னிப்பு!
கேட்பதால்,
பங்காளி சண்டையும் சரி?
பாரத சண்டையும் சரி?
முடிவுக்கு வரும்!...

# அவள்!

ஒரு புதிய உலகம்!
ஒரு புதிய அத்தியாயம்!
ஒரு புதிய மொழி!
அவளுக்காக உருவாக்கப்பட வேண்டும்!

காற்று கூட மெதுவாகத்தான் செல்கிறது!
அவளிடம்!வேகமாக சென்றால் வழிக்கிமோ?

அவள் தலையில் இருக்கும் ரோஜா!
இப்போதுதான் மெருகு அடைகிறது!

அவள் கழுத்தில் இருக்கும் தங்கம்!
இப்போதுதான் விலைகூடுகிறது!

அவளை கண்ட நான்!
இப்போதுதான்.......

# என்ன செய்வேன்

எனக்கு,
கிடைக்கும் நீதி-அந்த
நீதிதேவதையின் தராசுகளில்!
அவள் பக்கம் மட்டுமே!
சாய்கின்றதோ?

ஒரு பூவை,
மொய்க்கும் வண்டுகள் போல!
என் மனமும்,
அவளையே மொய்கின்றதோ?
நான்,
என்ன செய்வேன்?

# குறுஞ்செய்தி

♥

கடல் சென்ற கணவன் கரை வருவான் என்று
நின்ற மனைவிக்கு வந்தது ஒரு குறுஞ்செய்தி!

எல்லை மீறினானாம்
உன் கணவன்-அதனால்
எல்லை மீறி சுடப்பட்டான்!

சைலண்டாக வந்து சகஜமாக சொல்லிவிட்டு
சென்றனர்
அந்த பூட்ஸ் கால்கள்?

இதனால், பிள்ளைகளின் எதிர்காலத்திற்காகவும்-
மூன்று வேளை உணவுக்காகவும் விற்கச்
சென்றால்

வலயலையும்,
வலையையும்...

# தனிச்சுவை

எட்டாத
பார்க்காத
ஒரு உலகத்தை
கண்ணில் காண்பிப்பது
புத்தகம்!

ராமாயணம்?
மகாபாரதம்?
இவற்றை நேரில்
பார்த்ததில்லை!

ராவணனின் வீரம்!
ராமனின் பெருமை!
சீதையின் அழகு!
அனுமனின் பக்தி!
இவற்றைப் பற்றி
தெரிந்தது இல்லை?

துரியோதனன் !
கர்ணன்!
இருவரின் நட்பு!

அர்ஜுனனின் வில் திறன் !
பீமனின் பலம்!
தருமனின் பொறுமை!

கர்ணனின் கொடை!
இவை எவற்றையும்
நேரில் கண்டதில்லை?
இந்த,
கலியுக கலைஞர்கள்?

தெளிவு படுத்தியது
கம்பனின்!
வியாச முனிவரின்!
புத்தகம் தான்!..

தோண்டத் தோண்ட!
கிடைப்பது புதையல்
என்றாள்?
படிக்கப் படிக்க!
கிடைப்பதும் புதையல் தான்!
அதைத் தருவது
புத்தகம் ஒன்று தான்!

அறுவகைச் சுவை என்பது உணவு என்றால்!
கணக்கிட முடியாத
சுவைகளை தன்னுள்
அச்சாக பதித்து
வைத்திருப்பது
புத்தகம்!

தேவைப்பட்டால்
பாண்டவர்களை கெட்டவர்களாகவும்!
கௌரவர்களை நல்லவர்களாகவும்!

ராமனை கெட்டவனாகவும்!
ராவணனை நல்லவனாகவும்!
காட்டவல்ல திறமை
புத்தகத்திற்கு உண்டு!

புத்தகம் வரலாற்றையும் மாற்றும்!
வாழ்க்கையையும் மாற்றும்!

# 50 பைசா

அரைக்கை சட்டை அதில்
மஞ்சள்நிற கரை!- கரையல்ல என் பள்ளிப்பருவ
வடு
பட்டானியால் ஆனது!

தபால்கள் கொண்டு செல்லாத தபால் பெட்டி
என்
முழங்கால் சட்டை-அதில் பள்ளியின் எதிர் உள்ள
பட்டு கடையில் பம்பர மிட்டாய் வாங்க ஐம்பது
பைசா!

சிலேட்டில் எழுத மட்டுமல்ல! இடையில் பசி
எடுப்பினும் உண்ன துண்டு பல்பம்
எங்க ஊர் பெயர்போன பேர் போட்ட
துணிக்கடையின் மஞ்சப்பையில்!

நடத்திய பாடம் கூட பதியாது நான்கு மணியின்
சத்தம் மட்டும் பதியும் மதிய உணவு என்று!

இலவச உணவானாலும்!
தினம்? தினம்?
விருந்தோம்பலாகவே இருக்கும்!

# ஓர் இடம் கொடுங்கள் ப்ளீஸ்

*(தங்க இடமில்லாமல் இருக்கும் அகதிகளுக்காக)*

யாருக்கு! சொந்தம்
இந்த பூமி
கடவுளுக்காக?
நமக்கா?

கிணற்றில் நீச்சல்
தெரியாமல் தத்தளிப்பவன்
போல!

உடம்பு எல்லாம்
தீப்பிடித்து எரிபவன்
போல!

பசியில் கதறும்
பிள்ளை போல!

வேட்டையில்!
சிங்கத்தின் வாயில்
மாட்டிக்கொண்ட மானின்
மன நிலையைப் போல!

நீச்சல் தெரியவில்லை என்றால்
இறந்துவிடுவாய்!
தீ பிடித்தால்
இறந்துவிடுவாய்!
சிங்கத்தின் வாயில் மாட்டிக் கொண்டால்
இறந்து விடுவார்!

எப்படியும் இறக்கும் தகுதியை
கொண்டது இந்த பூமியில்
வாழும் உயிர்கள்!

ஒரு ஏரியில் லோடு! லோடாக!
மண் வாறும்
மாரிமுத்துவிடம்
வண்டியில் இருக்கும்
ஒரு கைப்பிடி மண்
சொன்னதாம்!

நீ உயிருடன் இருக்கும் போது
எண்ணை எடுத்துக் கொண்டாய்?
நீ இறந்த உடன்
உன்னை நான் எடுத்துக் கொள்கிறேன்!

அப்படிப்பட்ட மண்ணை
என்னுடையது என்று கூறும்
கௌரவர்களே!

உங்களிடம் மன்றாடி கேட்கிறேன்!
அவனுக்கும் ஒரு இடம் கொடுங்கள்
ப்ளீஸ்!..

# சிறப்பு

கொதிக்கும் உழையை ரசித்தால்
அதுவும் ஒரு கலையே!
ஒரு மண்சட்டியின் அமைப்பு!
ஒரு கூரைவீட்டின் வடிவம்!
ஒரு மாட்டு வண்டியின்
அச்சாணியின் அழகு!
கோயிலின்
கர்பகத்தில் உள்உள்ள கடவுள்
சிலை அல்ல!
வெளிஉள்ள நந்தி சிலையும்
சிறப்பு!
ரசிப்பதனால் ரசனைமட்டுமல்ல
ஆயிசும் அதிகரிக்கிறது!

# புயல்

ஒரு புயல் அவளை பார்த்தவுடன்!
ஒரு ஆழிப்பேரலை அவள் திரும்பியவுடன்!
ஒரு நிலநடுக்கம் அவள் பேசியவுடன்!
ஒரு நிசப்த்தம் அவள் அருகில் வந்தவுடன்!

காத்திருந்தேன்!
என் காதலை சொல்ல?

பூத்திருந்தனர்!
பூக்கள் என் கையில்!

வந்திரங்கினால்!
நையாகராபோல!

அருகில் சென்றேன்!
கலைந்துவிட்டது கனவு?

காதல் உச்சத்தை அடையவும் வைக்கும்!
காதல் உச்சந்தலையை அரிக்கவும் வைக்கும்!

# அத்தீப் பூ!

♥

தெரு முழுவதும் தெரு விளக்குகள்!
அதிக வெளிச்சம் இருந்தும் என்ன?

அவற்றின் மேல் செல்லாத கவனம்!
குளிர்ந்த காற்று! தனிமையில் பயணம்!

ஆழ்உயர மரம்! அழகியப்பூக்கள்!
அதிலிருந்து விழும்! அத்தீப் பூ!

அந்த மங்கலான வெளிச்சத்தில்!
மின்மினி பூச்சும்! நிலவும்! நட்சத்திரமும்!
ஏதோ பேசிக்கொண்டே வந்தனர்!
என்னுடன் தோழனாக! தோலில்அமர்ந்து!

இரவுத் தனிமைதான்! ஆனால் அதிலும்!
ஒரு இனிமைதான் உள்ளது!

# நீட்டுங்கள்

யாருக்கு உரிமை இந்த உலகம்?
உலகத்தை வென்ற
மாவீரனேயே சொந்த ஊரில்?
புதைக்கவில்லை?

ஆண்டாண்டு காலமாய்
ஆண்டவனே நம்மை தனியே விட்டு சென்றான்!

ஆதலால்?
சிரம் சாய்த்து!
கரம் கூப்பி கேட்கிறேன்?

தன் தாய்நாட்டை விட்டு
துரத்தப்பட்டான்?
வீட்டை விட்டு துரத்தப்பட்டான்?

கடல் கடந்து வருகிறான்?
தயவுசெய்து நீட்டுங்கள்!
அனாதையாய் வரும்
அகதிக்கு

# நீண்ட தூரம்

♥

முடிவில்லாத பயணத்தை
தேடித்செல்கிறேன்!
விடை கிடைத்தும்
வினா தெரியாமல் முழிக்கிறென்!

பூவின் வாசம் வந்தவுடன்
புரண்டு படுக்கிறேன்?
வாசனை மயக்கத்தில்!

தொடர்வண்டியின் பின்தொடரும்
பெட்டிகள் போல நினைவுகள்
அவளை மட்டுமே தொடர்கிறது?
நீண்ட தூரம்!..

# அரை ஆடை ஆண்டவன்

பறவைகள் எந்திரிக்கும் முன்!
சேவல் கூவும் முன்!
சூரியன் உதிக்கும் முன்!

எருது பூட்டி பூட்டிய
எருதில் கலப்பை பூட்டி!
அரை அங்குல ஆலம்

விதை போட்டு போட்ட
விதை அறுவடையாக
மாதக்கணக்கில் காத்திருப்பான்!

அந்த,
அரை ஆடை ஆண்டவன்!

அவனின் அரை வயிரை நிரப்பி!
நம் முழு வயிரை நிரப்புகிறான்!

# கொட்டும் கண்கள்

♥

உன்னை காண வரும் போதெல்லாம்?
ஆயிரம் கண்கள் என்னை!
கொட்டக் கொட்ட பார்க்கின்றனர்!
அந்த,
பௌர்ணமி வெளிச்சத்திலும் சரி!
அம்மாவாசை இருட்டிலும் சரி!
நம்,
களவு வாழ்க்கையை
வெளிக்கொணர்வதற்கு!

# பதுமை

பதுமை கையில் பதுமை
வாழ்க்கை நெறிசலில்
சிக்காமல் இருக்க?
போக்குவரத்து நெறிசலில்!

# பாரதி

♥

நான்
நவீன கால பாரதி!
தவறு என்று தெரிந்தால்?
தலைப்பாகை கட்டிக்கொண்டு
எழுதுகோலை எடுக்கும் மாட்டேன்?

கவசம் அணிந்து கொண்டு!
துப்பாக்கியை எடுத்திருப்பேன்!
தவறு செய்தவர்கள்?
தண்டிப்பதற்கு!

# பபபப்பாம்

♥

காது கிழிய சத்தம்!
சிப்டு முடியும் சத்தம் இல்லை?

நான்,
செல்லும் கல்லூரி பேருந்தின்
சிறப்பு சத்தம்!

கையில் ஒத்த நோட்டு!
அதில் ஆறு பாடம்
முதல் பக்கம் தமிழ்!
கடைசியில் ஆங்கிலம்!
நடுவில்...!
சிறு தேர்வு எழுத
சிறுக!சிருக! கிழித்த ஏடு
அச்சு பேப்பர் இல்லை!

பல சண்டை!
பல கூச்சல்!
பல வார்த்தை!
பல கைகலப்பு!
பல மன்னிப்பு!
பல கிண்டல்!

கையில் ஒற்றை
சோற்று கிண்ணம்
பலவற்றையும் மறந்து!
அதில்,
பல கைகள்!

# தொடர்பு இல்லை

அவளுக்கும் எனக்கும்?
அவனுக்கும் எனக்கும்?

படிப்புக்கும்,
செய்யும் வேலைக்கும்!

வேலைக்கும்?
ஊதியத்திற்கு!

தொடர்பு இல்லை!
தொடர்பு எல்லைக்கு அப்பாலே உள்ளது!

பலருடைய கனவுகள்!

# கல்கி

♥

நீதி தாராசுகளில் கட்டுக்கட்டாக
கலர் நோட்டுகள்,
தெரியவில்லை? நீதி தேவதைக்கு!
கண்ணை கட்டியுல்லது அல்லவா!

வாய்தாக்களே இப்போது வலக்காடுகிறது!
வழக்கறிஞர் இல்லை
நாளை ஒத்திவைப்பு!
நாளை ஒத்திவைப்பு!
நாளை ஒத்திவைப்பு.........

தவறுகள் நிருபனம் செய்யப்பட்டால்
தவறு செய்தவனை தண்டிக்க
பத்து ஆண்டுகள்!

சிறைச்சாலைகள் இப்போது
ஆனந்தபவனும்,
சங்கர் மெஸ்சும்!
ஆகிவிட்டது?
கலிக்கு பதிலாக
சிக்கனும்! மட்டனும்!
வெளியில் என்ன?
சுகம் அதைவிட உள்ளே தனிசுகம்
செலிப்பாக இருந்தால்!
புட்டியுடனும், குட்டியுடனும்!
இருக்கலாம்!

உள்ளிருந்து வெளிவந்தால்?
அவனுக்கு ராஜமரியாதை
உடனே அவனுக்கு,
அடைமொழி, போஸ்டர்
என ஒட்டி சிரப்பிப்பது???
எதற்கு இது
தீ வினை செய்தவனுக்கு
தீரன், சூரன்?

நாம்தான்மாரவேண்டும்!
அவர்கள் அல்ல!
தவறானால் உடனே தண்டி!
தள்ளிபோடாதே!தள்ளினால்
தவறுகள் பெருகும்!

உடனடி தீர்வு
அது எப்போது?
நடக்கும்!ஒருவேலை
இந்த கலியுகத்தில்
கல்கி அவதாரம் எடுத்திட்டாரோ?

# அப்போது, இப்போது

காதலியை காண்பதற்கு!
ஆபத்தை எல்லாம்
கடந்து சென்றான்!
அப்போது

ஆனால்,
இப்போது?
காதலியை ஆபத்தில்
கிடைத்தவே செல்கிறான்!

இரயில் நிலையங்களில்
ரயிலுக்கு பதிலாக?
உயிரற்ற உடல்களே?
அதிகம் கிடைக்கின்றன!

அது
புகைவண்டி நிலையமா?
அல்லது
புகைகள் நிறைந்த எமலோகமா?

சும்மாவா,
சொன்னார் பாரதி
காதல்! காதல்! காதல்!
காதல் போயிர்
சாதல்! சாதல்! சாதல்!

காதல் என்னும் அமிர்தத்தை
அசிங்கபடுத்தவே சில
அரக்கர்கள் அவதரித்துல்லனர்!

# வந்தபாடில்லை?

உறக்கம் வருவதில்லை?
இருந்தும் அதை
அழைக்கிறேன்!

அந்த,
உறக்கத்திலாவது நான்
நினைக்கும் வாழ்க்கை
நடக்குமா?
என்ற!ஏக்கத்துடன்
படுத்துகிடக்கிறேன்?

வந்தபாடில்லை?
உறக்கமும்!
கனவும்!